Impressum
Verlag: BABADADA GmbH, Nedderfeld 112 , 22529 Hamburg
Geschäftsführer / Verlagsleitung: Harald Hof
Druck: Books on Demand GmbH, In de Tarpen 42, 22848 Norderstedt

Imprint
Publisher: BABADADA GmbH, Nedderfeld 112 , 22529 Hamburg, Germany
Managing Director / Publishing direction: Harald Hof
Print: Books on Demand GmbH, In de Tarpen 42, 22848 Norderstedt, Germany

trường học

学校

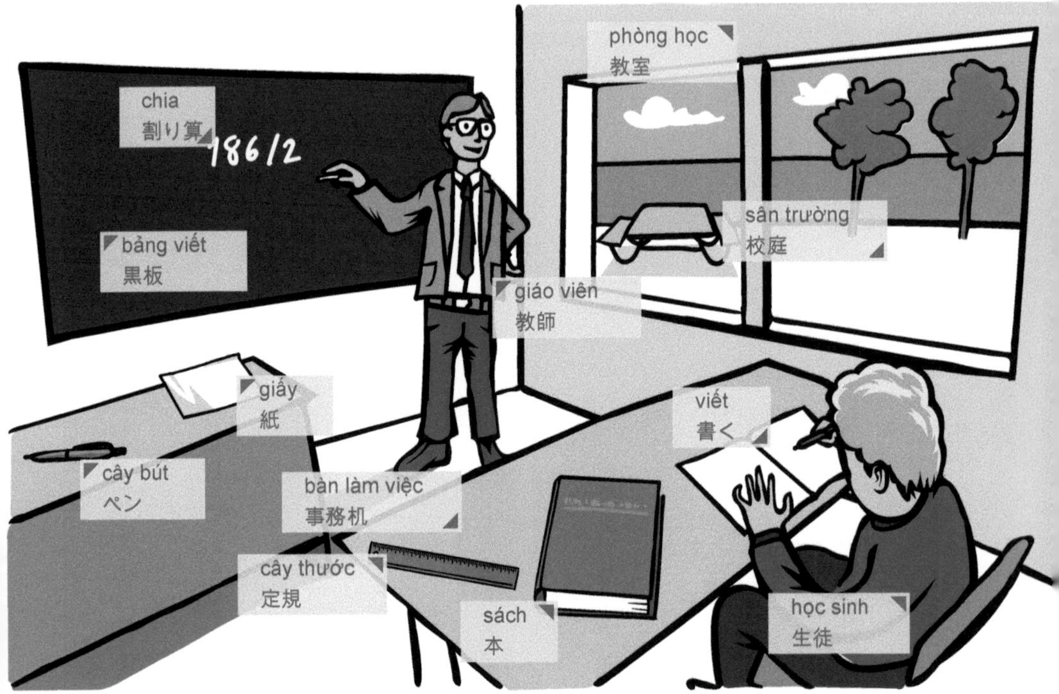

phòng học
教室
chia
割り算
186/2
bảng viết
黒板
sân trường
校庭
giáo viên
教師
giấy
紙
viết
書く
cây bút
ペン
bàn làm việc
事務机
cây thước
定規
sách
本
học sinh
生徒

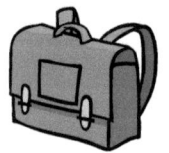

cặp đeo vai học sinh

ランドセル

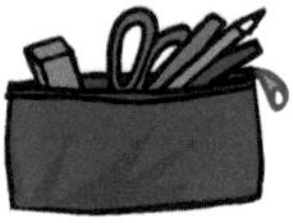

hộp đựng bút

筆入れ

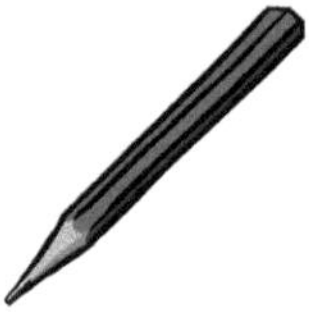

bút chì

鉛筆

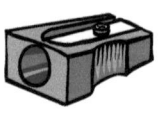

cái gọt bút chì

鉛筆削り

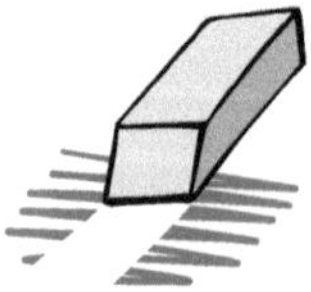

cục tẩy

消しゴム

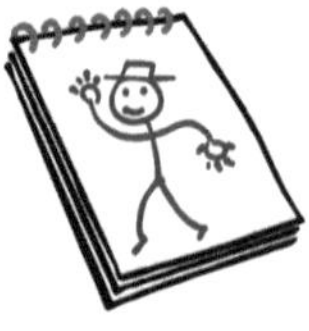

tập giấy vẽ

スケッチブック

bản vẽ

スケッチ

cọ vẽ

絵筆

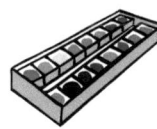

hộp mực vẽ

絵の具箱

cây kéo

はさみ

keo dán

接着剤

sách bài tập

練習帳

bài tập ở nhà

宿題

số

数

cộng

足し算

trừ

引き算

nhân

かけ算

tính toán

計算する

chữ cái

文字

bảng chữ cái

アルファベット

từ

単語

văn bản

テキスト

đọc

読む

phấn viết

チョーク

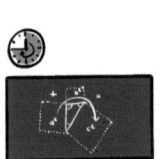

bài học

授業

sổ lớp

学級日誌

thi kiểm tra

試験

chứng chỉ

通知表

đồng phục học sinh

制服

giáo dục

教育

từ điển bách khoa

百科事典

đại học

大学

kính hiển vi

顕微鏡

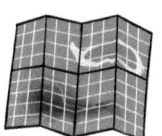

bản đồ

地図

thùng rác giấy

ごみ箱

du lịch
旅行

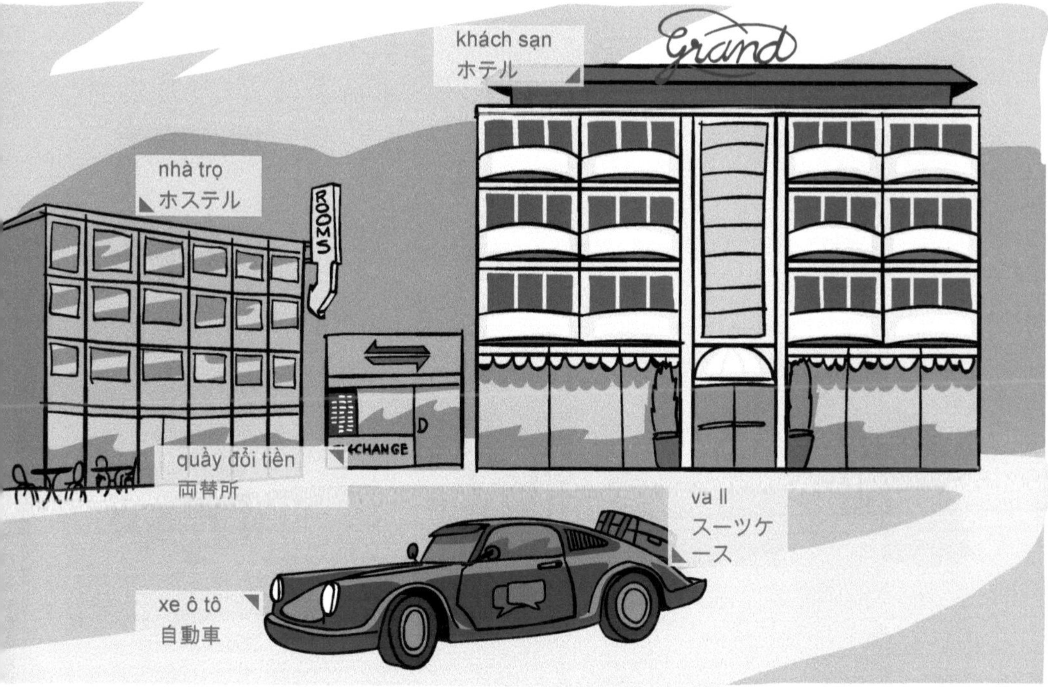

khách sạn
ホテル
Grand
nhà trọ
ホステル
ROOMS
EXCHANGE
quầy đổi tiền
両替所
va li
スーツケ
ース
xe ô tô
自動車

ngôn ngữ

言語

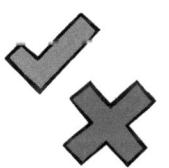

có / không

はい / いいえ

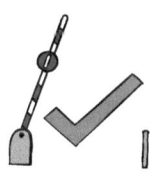

ô kê

問題ない

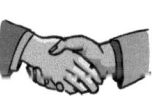

Xin chào

ハロー

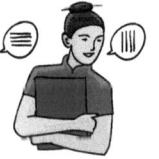

thông dịch viên

翻訳者

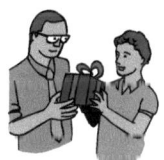

cám ơn

ありがとう

... bao nhiêu tiều?

...はいくらですか？

tôi không hiểu

わかりません

vấn đề

問題

Xin chào! (buổi tối)

こんばんは！

xin chào! (buổi sáng)

おはようございます！

chúc ngủ ngon!

おやすみなさい！

tạm biệt

さようなら

hướng đi

方向

hành lý

手荷物

túi xách

バッグ

túi ba lô

リュックサック

khách

お客様

phòng

部屋

túi ngủ

寝袋

lều

テント

thông tin du lịch

旅行者情報

bãi biển

ビーチ

thẻ tín dụng

クレジットカード

ăn sáng

朝食

ăn trưa

昼食

ăn tối

夕食

vé xe

チケット

thang máy

エレベーター

tem bưu điện

スタンプ

biên giới

境界

hải quan

税関

đại sứ quán

大使館

thị thực

ビザ

hộ chiếu

パスポート

vận chuyển
輸送

máy bay
飛行機

tàu thủy
船

xe cứu hỏa
消防車

xe buýt
バス

xe tải
トラック

xuồng máy
モーターボート

xe đạp
自転車

xe ô tô
自動車

phà
フェリー

xuồng
ボート

xe máy
バイク

xe cảnh sát
パトカー

xe đua
レーシングカー

xe cho thuê
レンタカー

dịch vụ thuê xe tự lái

カーシェアリング

xe kéo cứu hộ

レッカー車

xe rác

ごみ収集車

động cơ

モーター

xăng

燃料

trạm xăng

ガソリンスタンド

biển báo giao thông

交通標識

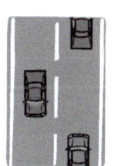

giao thông

交通

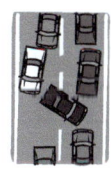

ách tắc giao thông

渋滞

bãi đậu xe

駐車場

nhà ga

駅

đường ray

道

xe lửa

列車

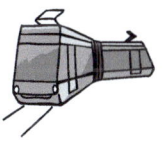

tàu điện

路面電車

toa xe

車両

máy bay trực thăng

ヘリコプター

sân bay

空港

tháp

タワー

hành khách

乗客

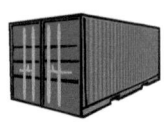

côngtenơ

コンテナ

thùng các-tông

段ボール箱

xe đẩy

カート

cái giỏ

カゴ

cất cánh / hạ cánh

離陸 / 着陸

thành phố

都市

làng

村

trung tâm thành phố

都心

nhà

家

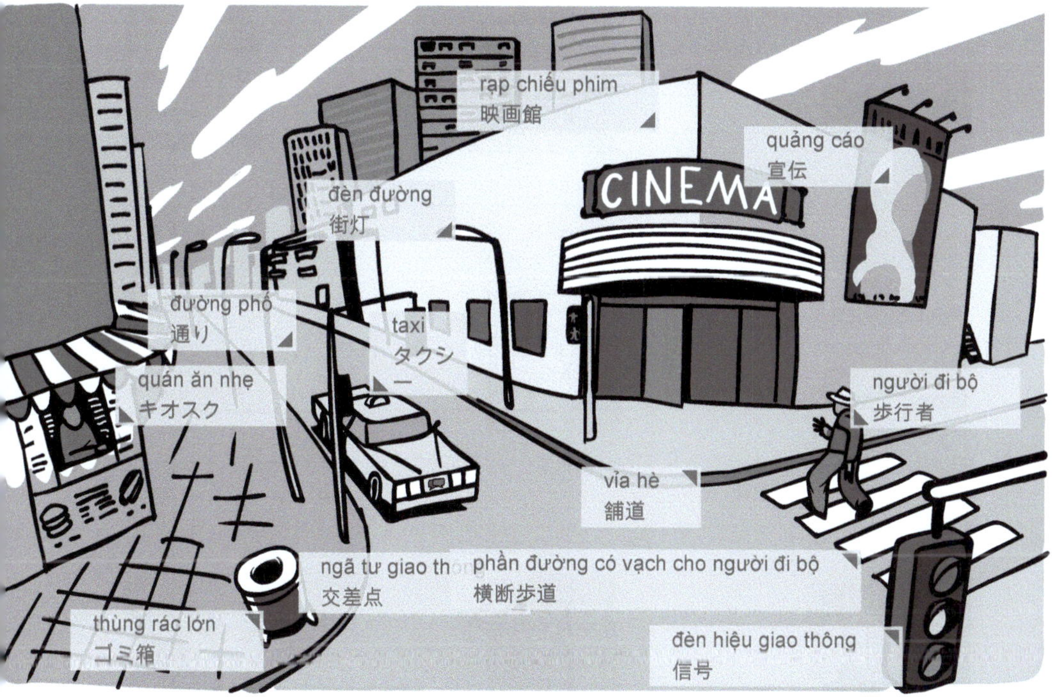

rạp chiếu phim
映画館
quảng cáo
宣伝
CINEMA
đèn đường
街灯
đường phố
通り
taxi
タクシー
quán ăn nhẹ
キオスク
người đi bộ
歩行者
vỉa hè
舗道
ngã tư giao th
交差点
phần đường có vạch cho người đi bộ
横断歩道
thùng rác lớn
ゴミ箱
đèn hiệu giao thông
信号

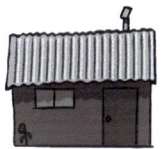

nhà chòi
小屋

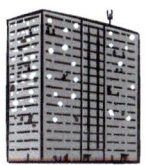

căn hộ
アパート

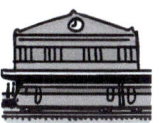

nhà ga
駅

tòa thị chính
市役所

MUSEUM

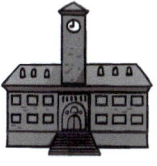

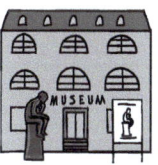

viện bảo tàng
美術館

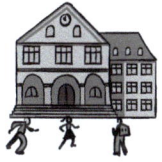

trường học
学校

đại học

大学

ngân hàng

銀行

bệnh viện

病院

khách sạn

ホテル

hiệu thuốc

薬局

văn phòng

オフィス

hiệu sách

書店

cửa hiệu

ショップ

cửa hiệu bán hoa

花屋

siêu thị

スーパーマーケット

chợ

市場

cửa hàng bách hóa

デパート

người bán cá

魚屋

trung tâm mua bán

ショッピングセンター

bến cảng

港

thành phố - 都市

công viên

公園

ghế băng

ベンチ

cầu

橋

cầu thang

階段

tàu điện ngầm

地下鉄

đường hầm

トンネル

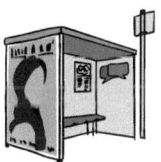

trạm xe buýt

バス停

quán bar

バー

khách sạn

レストラン

hòm thư công cộng

ポスト

bảng hiệu đường

道路標識

đồng hồ đậu xe

パーキングメーター

vườn bách thú

動物園

bể bơi

スイミングプール

nhà thờ Hồi giáo

モスク

nông trại

農場

ô nhiễm môi trường

污染

nghĩa trang

墓地

nhà thờ

教会

sân chơi

遊び場

ngôi đền

寺

phong cảnh
風景

lá cây
葉

bảng chỉ đường
道標

lối đi
道

bãi cỏ
草地

hòn đá
石

cây
木

người đi bộ đường dài
ハイカー

sông
川

cỏ
草

bông hoa
花

thung lũng

谷

đồi

山

hồ nước

湖

rừng

森

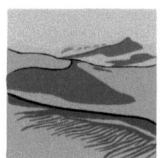

sa mạc

砂漠

núi lửa

火山

lâu đài

城

cầu vồng

虹

nấm

キノコ

cây cọ

ヤシの木

con muỗi

蚊

con ruồi

ハエ

con kiến

蟻

con ong

ミツバチ

con nhện

クモ

bọ cánh cứng

カブトムシ

con ếch

蛙

con sóc

リス

con nhím

ハリネズミ

con thỏ

ウサギ

con cú

フクロウ

con chim

鳥

thiên nga

白鳥

heo rừng

雄豚

con hươu

鹿

nai sừng tấm

ヘラジカ

đê

ダム

tuabin gió

風力タービン

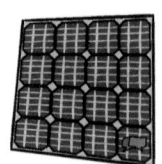

tấm năng lượng mặt trời

ソーラーパネル

khí hậu

気候

bồi bàn
ウェイター

thực đơn
メニュー

ghế
椅子

súp
スープ

bánh pizza
ピザ

khăn trải bàn
テーブルクロス

bộ dao nĩa ăn
刃物類

món ăn khai vị

前菜

món ăn chính

メインコース

món tráng miệng

デザート

thức uống

飲み物

thức ăn

食べ物

cái chai

ボトル

thức ăn nhanh

ファストフード

thức ăn đường phố

屋台の食べ物

ấm trà

ティーポット

hộp đường

砂糖入れ

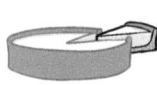

khẩu phần

一人前

máy pha espresso

エスプレッソマシン

ghế cao

幼児用食事椅子

hóa đơn

請求書

khay

トレー

dao

ナイフ

nĩa

フォーク

thìa

スプーン

thìa uống trà

ティースプーン

khăn ăn

ナプキン

cốc thủy tinh

グラス

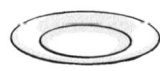

đĩa

皿

đĩa súp

スープ皿

đĩa lót cốc

受け皿

nước sốt

ソース

lọ muối

塩入れ

cái xay tiêu

ペッパーミル

giấm

酢

dầu

油

gia vị

スパイス

nước xốt cà chua

ケチャップ

tương hạt cải

マスタード

nước sốt mayonnaise

マヨネーズ

siêu thị

スーパーマーケット

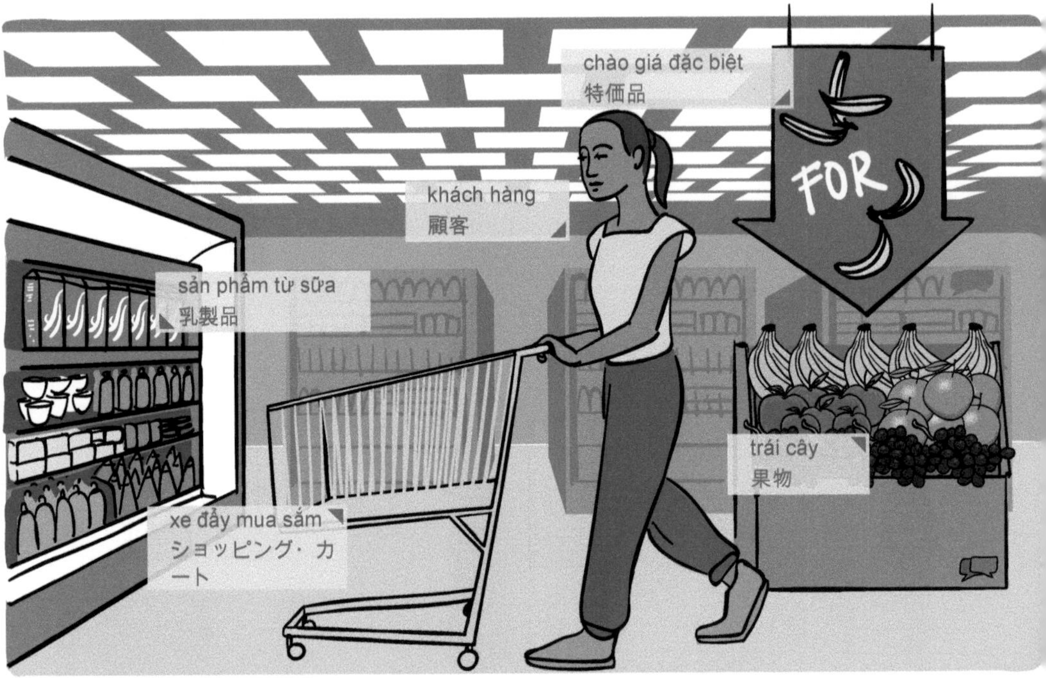

chào giá đặc biệt
特価品
khách hàng
顧客
FOR
sản phẩm từ sữa
乳製品
trái cây
果物
xe đẩy mua sắm
ショッピング・カート

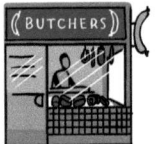

BUTCHERS

lò mổ

肉屋

BAKERY

cửa hiệu bán bánh mì

パン屋

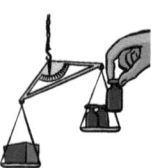

cân nặng

重さをはかる

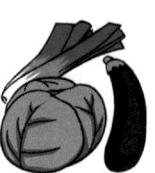

rau quả

野菜

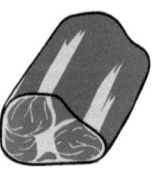

thịt

肉

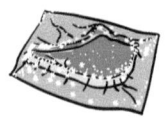

thức ăn đông lạnh

冷凍食品

lát thịt nguội

冷肉の薄切り

đồ hộp

缶詰食品

bột giặt

洗剤

đồ ngọt

菓子

sản phẩm dùng trong gia đình

家庭用品

chất tẩy rửa

清掃用品

người bán hàng

販売員

quầy trả tiền

現金箱

nhân viên thu ngân

レジ係

danh sách mua sắm

買い物リスト

giờ mở cửa

開館時刻

ví tiền

財布

thẻ tín dụng

クレジットカード

túi đeo

バッグ

túi ny lông

ポリ袋

nước

水

nước quả ép

ジュース

sữa

牛乳

coca-cola

コーラ

rượu vang

ワイン

bia

ビール

cồn

アルコール

cacao

ココア

trà

紅茶

cà phê

コーヒー

espresso

エスプレッソ

cappuccino

カプチーノ

chuối

バナナ

quả táo

リンゴ

quả cam

オレンジ

dưa hấu

メロン

chanh

レモン

cà rốt

ニンジン

tỏi

ニンニク

tre

竹

củ hành

玉ねぎ

nấm

キノコ

hạt dẻ

ナッツ

mì

ヌードル

mì spaghetti

スパゲッティ

cơm

米

xà lách

サラダ

khoai tây chiên

フライドポテト

khoai tây chiên

フライドポテト

bánh pizza

ピザ

bánh hamburger

ハンバーガー

bánh mì sandwich

サンドウィッチ

thịt côtlet

カツレツ

thịt giăm bông

ハム

xúc xích

サラミ

dồi

ソーセージ

gà

鶏肉

rán

焼き

cá

魚

cháo yến mạch

麦のお粥

cháo muesli

ムーズリ

bánh bột ngô nướng

コーンフレーク

bột mì

小麦粉

bánh sừng bò

クロワッサン

bánh mì

ロールパン

bánh mì

パン

bánh mì nướng

トースト

bánh bích quy

ビスケット

bơ

バター

sữa đông

カッテージチーズ

bánh ngọt

ケーキ

trứng

卵

trứng rán

目玉焼き

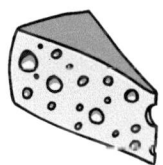

phọ mát

チーズ

kem

アイスクリーム

đường

砂糖

mật ong

はちみつ

mứt

ジャム

kem nougat

ヌガークリーム

cà ri

カレー

nông trại
農場

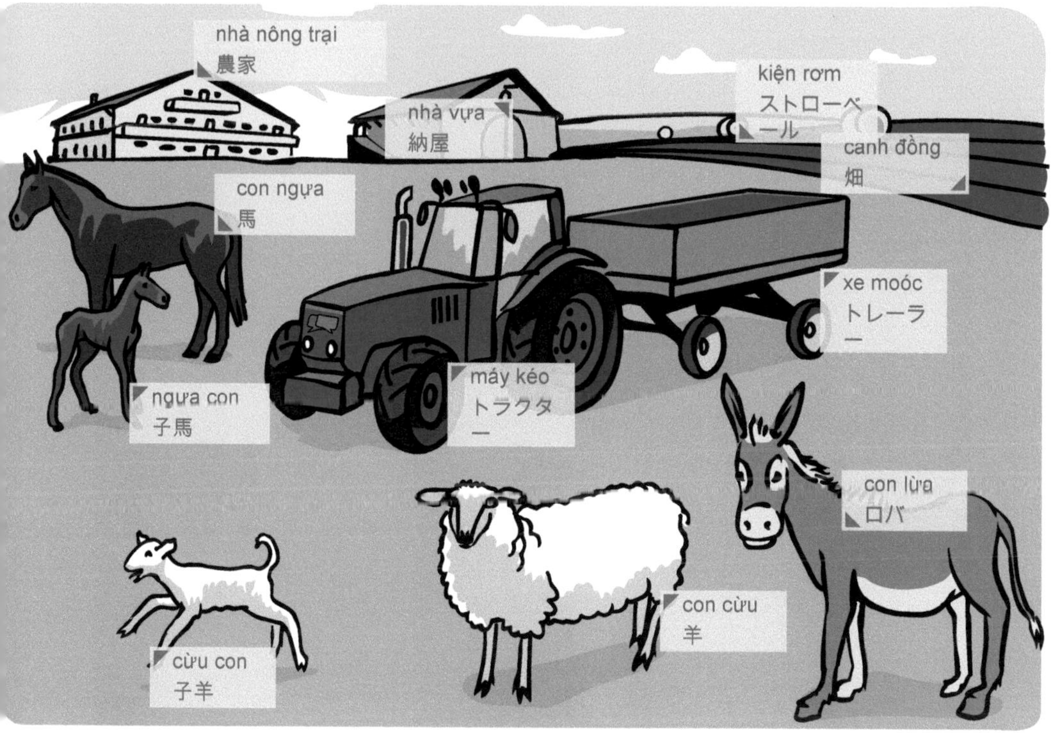

nhà nông trại
農家
nhà vựa
納屋
kiện rơm
ストローベール
canh đồng
畑
con ngựa
馬
xe moóc
トレーラー
máy kéo
トラクター
ngựa con
子馬
con lừa
ロバ
con cừu
羊
cừu con
子羊

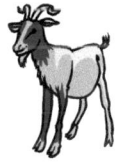

con dê
ヤギ

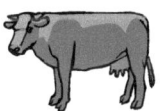

con bò
雌牛

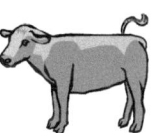

con bê
子牛

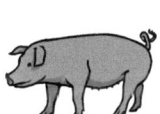

con lợn
豚

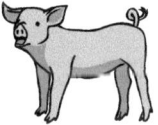

lợn con
子豚

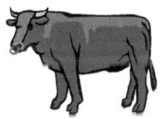

bò đực
雄牛

con ngỗng

ガチョウ

con vịt

アヒル

gà con

ひよこ

gà mái

にわとり

gà trống

おんどり

con chuột

ネズミ

mèo

猫

chuột nhắt

ねずみ

bò đực

雄牛

con chó

犬

nhà chuồng chó

犬小屋

ống tưới vườn cây

散水ホース

thùng tưới cây

じょうろ

lưỡi hái

大鎌

cái cày

すき

cái liềm

草刈り鎌

cái cuốc

くわ

cái chĩa

堆肥用フォーク

cái rìu

斧

xe cút kít

手押し車

máng ăn

かいばおけ

lọ sữa

牛乳缶

bao tải

袋

hàng rào

フェンス

chuồng

畜舎

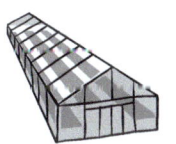

nhà kính trồng cây

温室

đất trồng

土壌

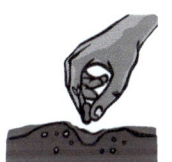

hạt giống

種

phân bón

肥料

máy gặt đập liên hợp

コンバイン

thu hoạch
収穫する

mùa thu hoạch
収穫

khoai lang
ヤマイモ

lúa mì
小麦

đậu nành
大豆

khoai tây
じゃがいも

ngô
トウモロコシ

hạt cải dầu
菜種

cây ăn trái
果樹

sắn
キャッサバ

ngũ cốc
穀物

ống khói
煙突

mái nhà
屋根

ống máng mước mưa
排水管

cửa sổ
窓

ga ra
車庫

chuông cửa
呼び鈴

cửa
ドア

thùng rác
ゴミ箱

hòm thư
郵便受け

vườn
庭

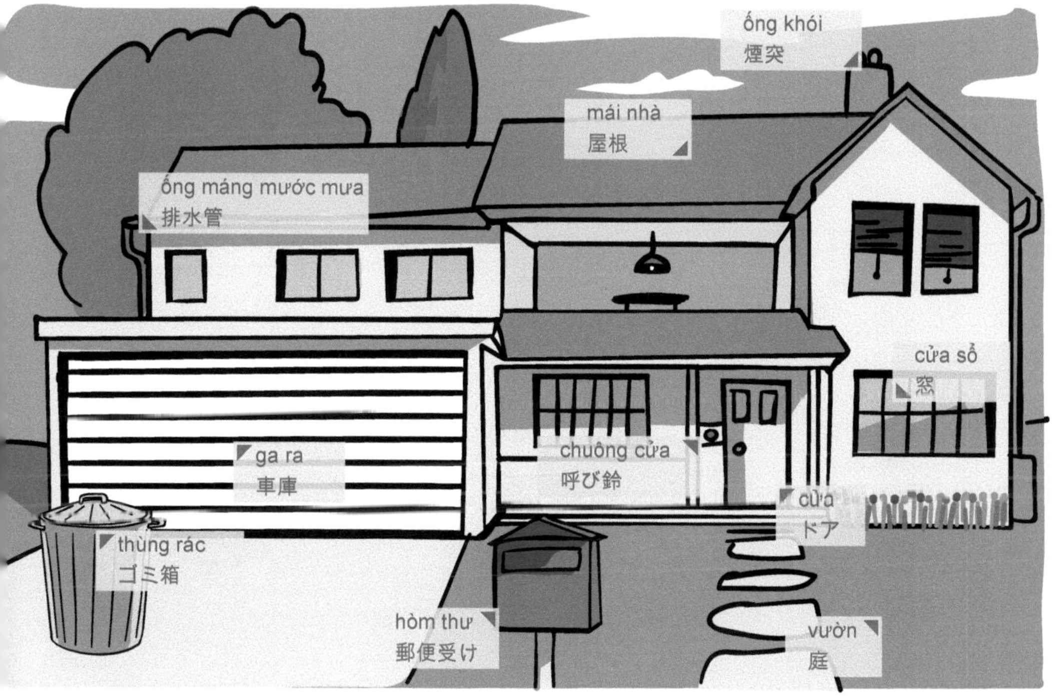

phòng khách
リビングルーム

phòng tắm
浴室

bếp
台所

phòng ngủ
寝室

phòng trẻ em
子供部屋

phòng ăn
ダイニング・ルーム

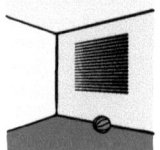

nền nhà

床

tường

壁

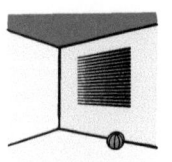

trần nhà

天井

tầng hầm

地下貯蔵庫

tắm hơi

サウナ

ban công

バルコニー

sân hiên

テラス

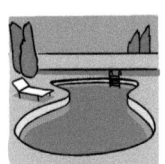

bể bơi

プール

máy cắt cỏ

芝刈り機

khăn trải giường

シーツ

khăn trải giường

ベッドカバー

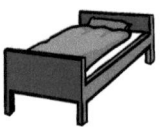

giường

ベッド

chổi

ほうき

cái xô

バケツ

công tắc điện

スイッチ

phòng khách

リビングルーム

giấy dán tường
壁紙
hình ảnh
絵
đèn
ランプ
cái kệ
棚
tủ
食器棚
ti vi
テレビ
lò sưởi
暖炉
bông hoa
花
gối
クッション
ghế sofa
ソファ
bình hoa
花瓶
điều khiển từ xa
リモコン

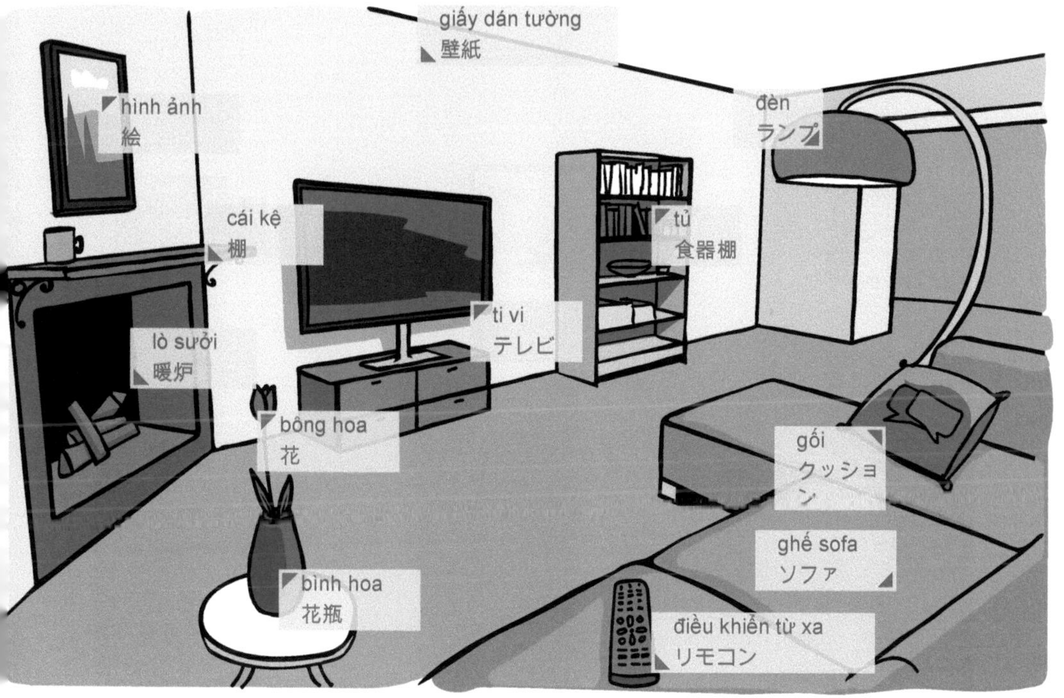

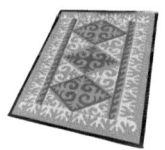

thảm

カーペット

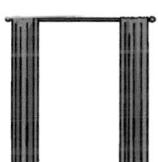

rèm

カーテン

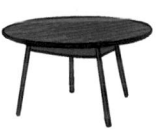

cái bàn

テーブル

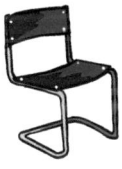

ghế

椅子

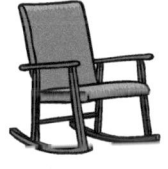

ghế bập bênh

ロッキングチェア

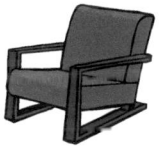

ghế bành

ひじ掛け椅子

sách
本

cái chăn
毛布

đồ trang trí
飾り

củi
たきぎ

phim
映画

máy hi-fi
ステレオ

chìa khóa
鍵

báo
新聞

bức tranh
絵画

áp phích
ポスター

radio
ラジオ

sổ ghi chép
メモ帳

máy hút bụi
掃除機

cây xương rồng
サボテン

cây nến
ろうそく

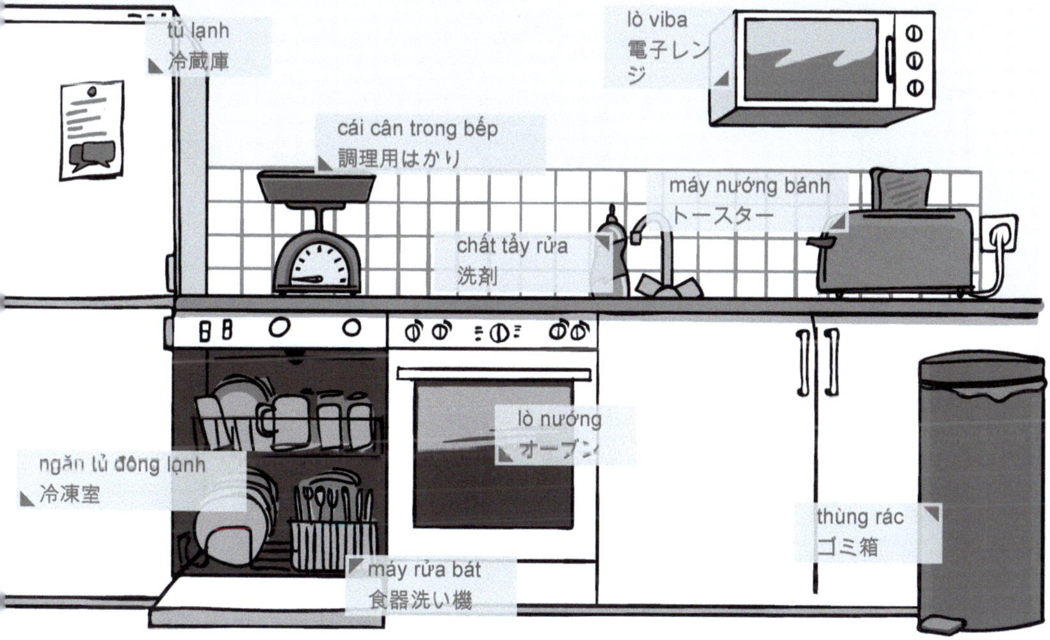

tủ lạnh
冷蔵庫

lò viba
電子レンジ

cái cân trong bếp
調理用はかり

máy nướng bánh
トースター

chất tẩy rửa
洗剤

lò nướng
オーブン

ngăn lủ đông lạnh
冷凍室

thùng rác
ゴミ箱

máy rửa bát
食器洗い機

lò nấu

こんろ

nồi

鍋

nồi sắt

鉄鍋

chảo

中華鍋/ カダイ鍋

chảo

フライパン

ấm đun nước

やかん

nồi đun hơi

蒸し器

khay lò nướng

天板

bát đĩa

食器

cốc

マグカップ

cái bát

ボウル

đũa

箸

cái vá

おたま

bàn xẻng

へら

que đánh kem

泡立て器

rây dùng trong bếp

こし器

cái rây lọc

ふるい

cái nạo

すりおろし器

vữa

すり鉢

vỉ nướng

バーベキュー

ngọn lửa trần

かまど

cái thớt

まな板

trục cán bột

麺棒

cái mở nút chai

栓抜き

vỏ đồ hộp

缶

cái mở vỏ đồ hộp

缶切り

miếng nhấc nồi

鍋つかみ

bồn rửa bát

流し

bàn chải

ブラシ

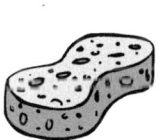

miếng xốp

スポンジ

máy xay

ミキサー

tủ đông lạnh

冷凍庫

bình sữa cho trẻ sơ sinh

哺乳瓶

vòi nước

蛇口

phòng tắm

浴室

lò sưởi
ヒーター
khăn lau
タオル
vòi hoa sen
シャワー
rèm che ngăn tắm
シャワーカーテン
tắm bọt
泡風呂
bồn tắm
浴槽
cốc thủy tinh
グラス
máy giặt
洗濯機
vòi nước
蛇口
gạch lát
タイル
cái bô
おまる
bồn rửa bát
流し

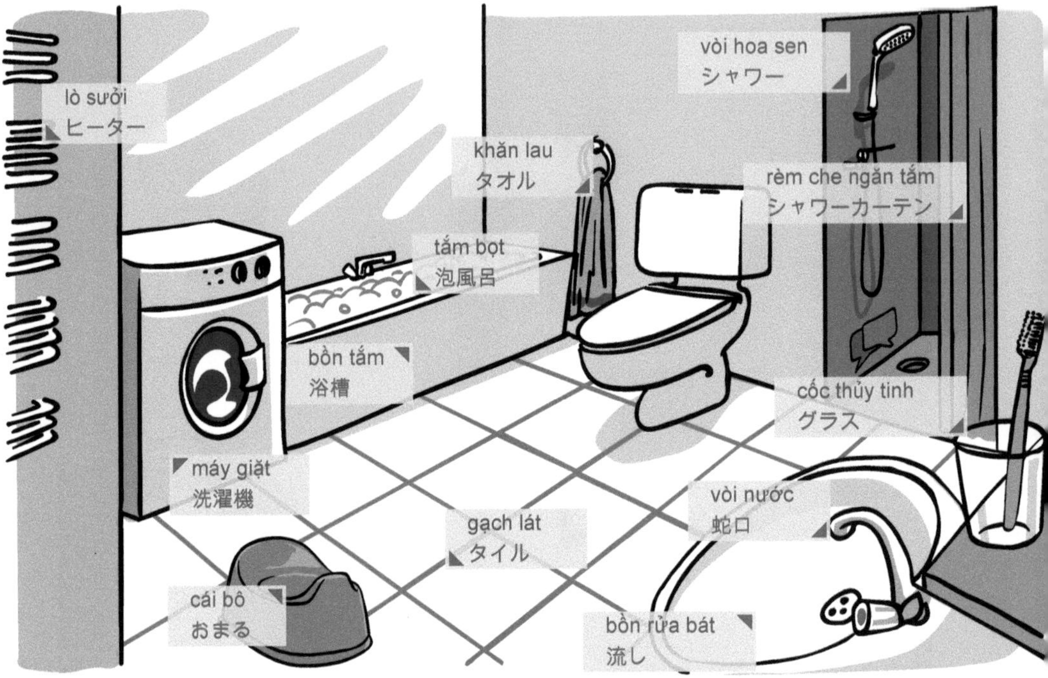

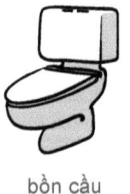

bồn cầu
トイレ

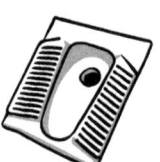

bồn cầu ngồi xổm
和式トイレ

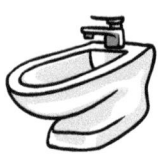

bồn rửa hậu môn
ビデ

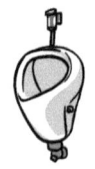

bồn tiểu tiện
小便器

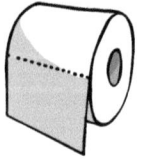

giấy vệ sinh
トイレットペーパー

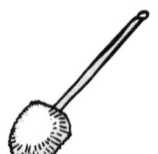

bàn chải cọ bồn cầu
トイレブラシ

bàn chải đánh răng

歯ブラシ

kem đánh răng

歯みがき

chỉ nha khoa

デンタルフロス

rửa

洗う

vòi sen cầm tay

シャワーヘッド

vòi rửa hậu môn

ハンドビデ

bồn rửa

洗面台

bàn chải cọ lưng

ボディブラシ

xà phòng

石鹸

sữa tắm

シャワー用ジェル

dầu gội

シャンプー

khăn cọ để tắm

浴用タオル

lỗ thoát nước

排水口

kem

クリーム

chất khử mùi

消臭

gương

鏡

gương tay

手鏡

dao cạo râu

かみそり

kem cạo râu

シェービング・フォーム

nước thơm dùng sau khi cạo râu

アフターシェーブローション

cái lược

櫛

bàn chải

ブラシ

máy xấy tóc

ドライヤー

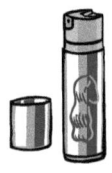

keo xịt tóc

ヘアスプレー

đồ trang điểm

化粧

thỏi son môi

口紅

sơn bôi móng

マニキュア

bông

脱脂綿

kéo cắt móng

爪切り

nước hoa

香水

túi đựng đồ tắm

洗面用具入れ

ghế đẩu

スツール

cái cân

体重計

áo choàng tắm

バスローブ

găng tay làm vệ sinh

ゴム手袋

nút gạc

タンポン

băng vệ sinh

生理用ナプキン

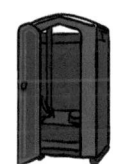

nhà vệ sinh hóa chất

ケミカルトイレ

phòng trẻ em

子供部屋

đồng hồ báo thức
目覚まし時計
thú bông
ぬいぐるみ
xe đồ chơi
おもちゃの自動車
cái lúc lắc
がらがら
nhà búp bê
ドール・ハウス
món quà
プレゼント

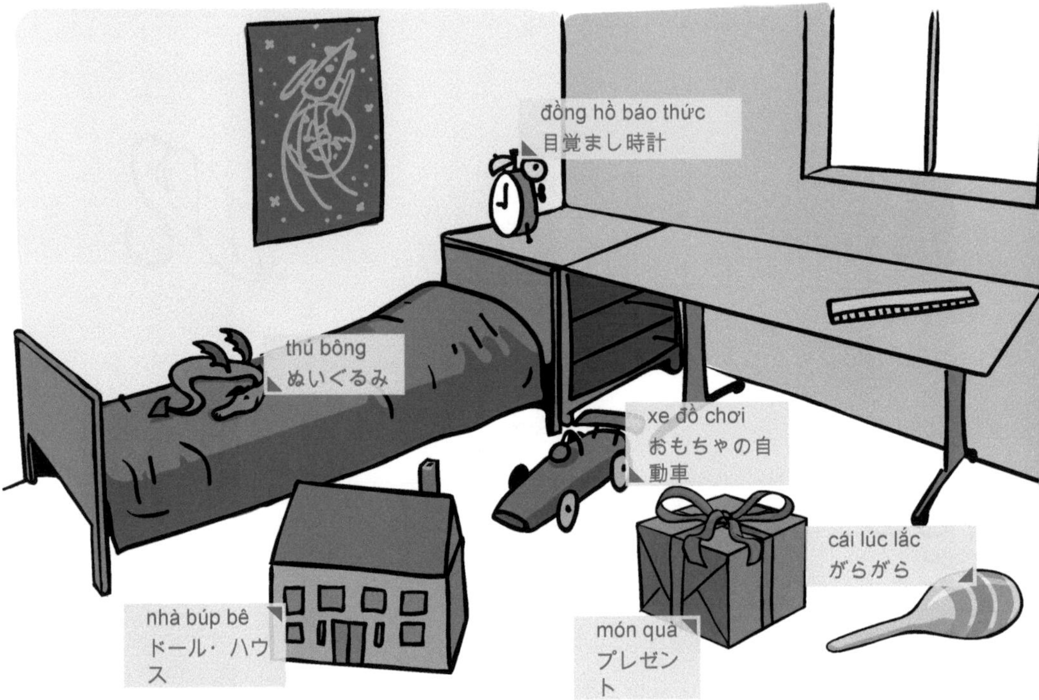

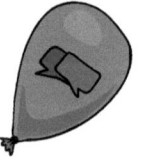

bong bóng

風船

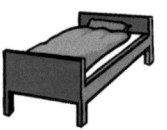

giường

ベッド

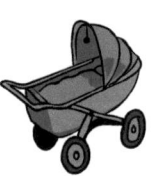

xe nôi

ベビーカー

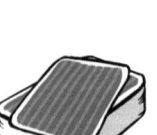

trò chơi bài

カードゲーム

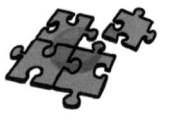

trò chơi ghép hình

ジグソーパズル

truyện tranh

漫画

gạch Lego

レゴ

khối xếp hình

玩具ブロック

nhân vật hành động

アクションフィギュア

áo liền quần cho trẻ sơ sinh

ロンパース

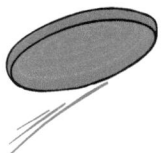

đĩa nhựa để ném

フリスビー

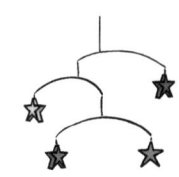

đồ chơi treo trên giường

モバイル

trò chơi cờ bàn

ボードゲーム

xúc xắc

さいころ

đồ chơi xe lửa mô hình

鉄道模型

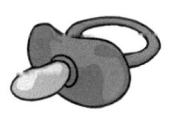

ti giả

おしゃぶり

buổi tiệc

パーティー

sách tranh

絵本

quả bóng

ボール

búp bê

人形

chơi

遊ぶ

hố cát

砂場

cái đu

ブランコ

đồ chơi

おもちゃ

máy chơi game cầm tay

ゲーム機

xe ba bánh

三輪車

gấu bông

テディベア

tủ quần áo

衣装ダンス

y phục

衣服

bít tất

靴下

bít tất dài

ストッキング

quần tất

タイツ

▪ khăn choàng cổ
スカーフ

ô che mưa
雨傘

dây thắt lưng
ベルト

▪ áp phông
Tシャツ

ủng
ブーツ

dép đi trong nhà
スリッパ

giày sneaker
スニーカー

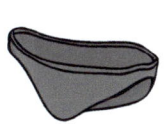

dép xăng đan

サンダル

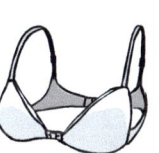

giày

靴

ủng cao su

ゴム長靴

quần lót

パンツ

áo ngực

ブラ

áo vest

ベスト

y phục - 衣服

áo ôm sát cơ thể

ボディースーツ

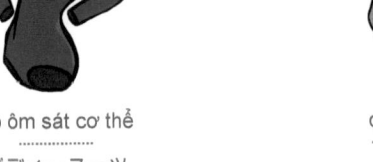

quần dài

ズボン

quần bò

ジーンズ

váy

スカート

áo cánh

ブラウス

áo sơ mi

シャツ

áo len chui đầu

セーター

áo len

パーカー

áo blazer

ブレザー

áo jacket

ジャケット

áo khoác

コート

áo mưa

レインコート

trang phục

服装

áo váy

ドレス

áo cưới

ウェディングドレス

bộ com lê
スーツ

áo ngủ
ナイトガウン

pijama
パジャマ

trang phục sari
サリー

khăn trùm đầu
ヘッドスカーフ

khăn đội đầu
ターバン

áo burka
ブルカ

áo captan
カフタン

áo aba
アバヤ

quần áo bơi
水着

quần bơi
トランクス

quần đùi
半ズボン

quần áo tracksuit
スウェットスーツ

tạp dề
エプロン

găng tay
手袋

cái cúc

ボタン

kính mắt

メガネ

vòng đeo tay

ブレスレット

vòng cổ

ネックレス

nhẫn

指輪

hoa tai

イヤリング

mũ lưỡi trai

帽子

cái mắc treo áo quần

ハンガー

mũ

帽子

cà vạt

ネクタイ

dây kéo phéc mơ tuya

ファスナー

mũ bảo hiểm

ヘルメット

dây đeo quần

サスペンダー

đồng phục học sinh

制服

đồng phục

ユニフォーム

yếm trẻ em
よだれかけ

ti giả
おしゃぶり

tã lót
おむつ

văn phòng
オフィス

máy chủ
サーバ

tủ hồ sơ
書類キャビ
ネット

màn hình
モニター

máy in
プリンタ
ー

giấy
紙

chuột máy tính
マウス

bàn làm việc
事務机

thư mục
フォルダ
ー

bàn phím
キーボード

ghế
椅子

thùng rác giấy
ごみ箱

máy tính
コンピュー
ター

cốc cà phê
コーヒーマグ

máy tính bỏ túi
計算機

internet
インターネット

laptop

ラップトップ

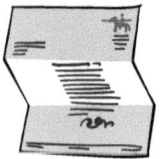

thư

手紙

tin nhắn

メッセージ

điện thoại di động

携帯電話

mạng

ネットワーク

máy photocopy

コピー機

phần mềm

ソフトウェア

điện thoại

電話

ổ cắm điện

コンセント

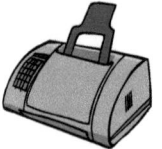

máy fax

ファックス

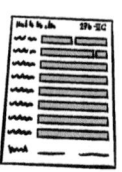

mẫu đơn

フォーム

chứng từ

書類

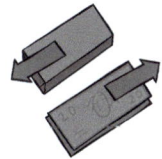

mua

買う

trả tiền

支払う

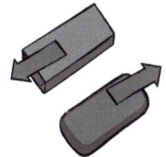

buôn bán

取引する

tiền

お金

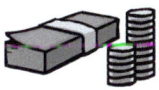

đô la

ドル

Euro

ユーロ

yên

円

rúp

ルーブル

franc Thụy Sĩ

スイスフラン

nhân dân tệ

人民元

rupi

ルピー

máy rút tiền tự động

キャッシュポイント

quầy đổi tiền

両替所

vàng

金

bạc

銀

dầu

油

năng lượng

エネルギー

giá tiền

価格

hợp đồng

契約

thuế

税金

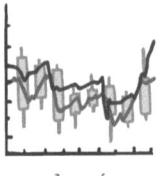

cổ phiếu

株

làm việc

働く

nhân viên

従業員

chủ lao động

雇用主

nhà máy

工場

cửa hiệu

ショップ

nghề nghiệp
職業

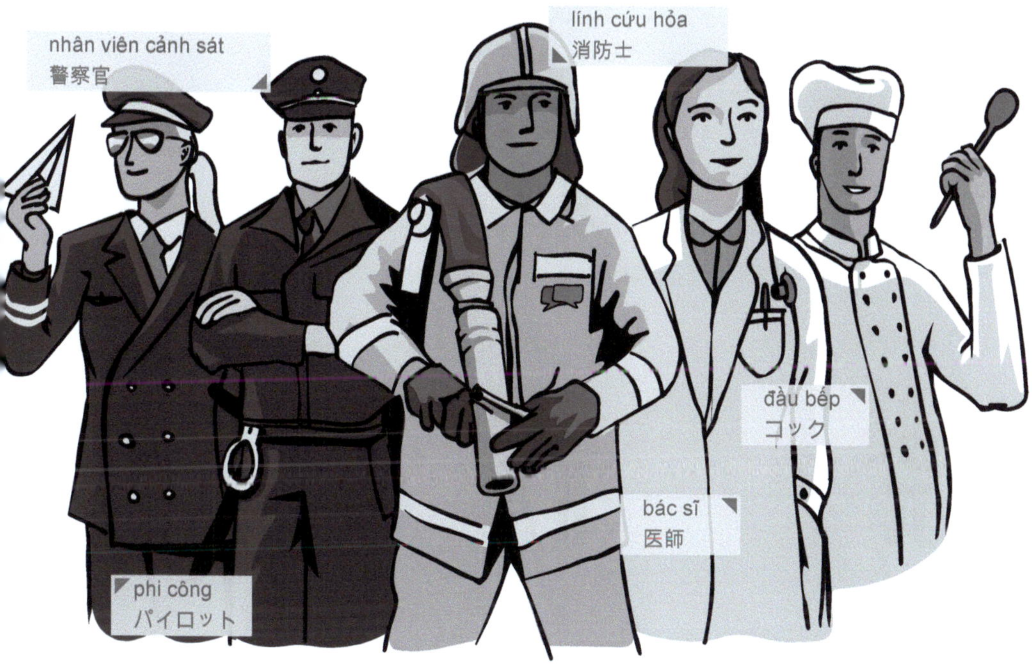

nhân viên cảnh sát
警察官
lính cứu hỏa
消防士
đầu bếp
コック
bác sĩ
医師
phi công
パイロット

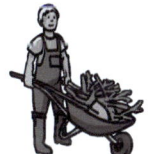

người làm vườn

庭師

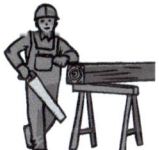

thợ mộc

大工

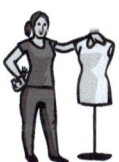

thợ may

お針子

chánh án

裁判官

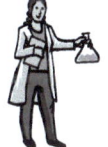

nhà hóa học

化学者

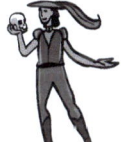

diễn viên

俳優

tài xế xe buýt

バスの運転手

người lái taxi

タクシー運転手

ngư dân

漁師

người lau dọn vệ sinh

掃除婦

thợ lợp mái nhà

屋根ふき職人

bồi bàn

ウェイター

thợ săn

ハンター

họa sĩ

塗装工

thợ làm bánh

パン屋

thợ điện

電気工

thợ xây dựng

建設作業員

kỹ sư

エンジニア

người hàng thịt

肉屋

thợ sửa ống nước

配管工

người đưa thư

郵便配達人

người lính

軍人

kiến trúc sư

建築家

nhân viên thu ngân

レジ係

người bán hoa

花屋

thợ cắt tóc

美容師

nhân viên soát vé

車掌

thợ cơ khí

機械工

thuyền trưởng

キャプテン

nha sĩ

歯科医

nhà khoa học

科学者

giáo sĩ Do thái

ラビ

lãnh tụ Hồi giáo

イスラム導師

nhà sư

修道上

mục sư

牧師

dụng cụ
道具

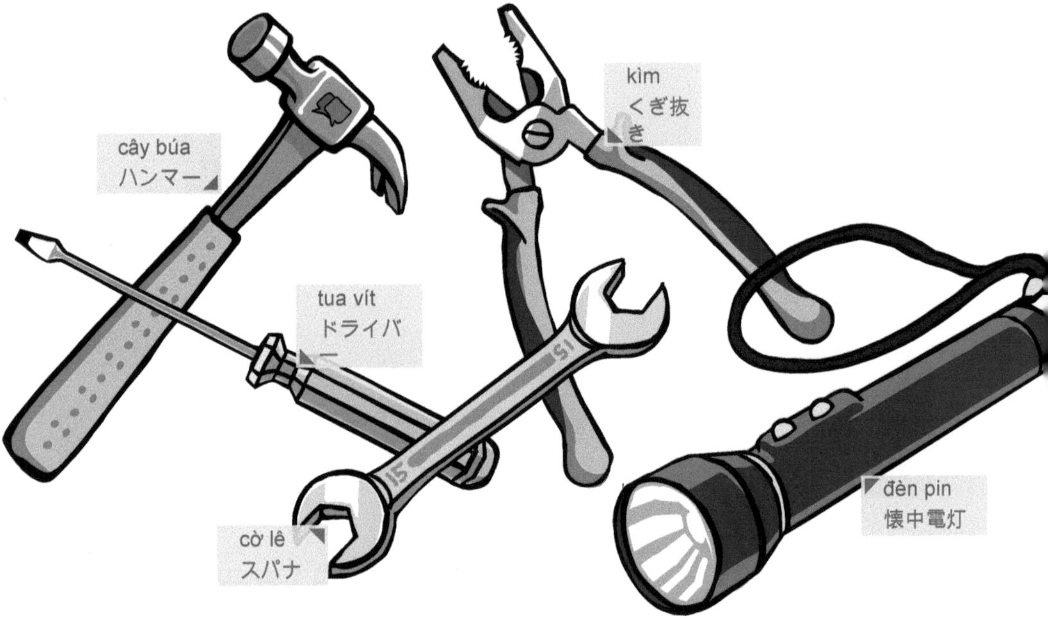

cây búa
ハンマー
kìm
くぎ抜き
tua vít
ドライバー
cờ lê
スパナ
đèn pin
懐中電灯

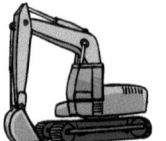

máy xúc đất
掘削機

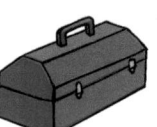

hộp dụng cụ
道具箱

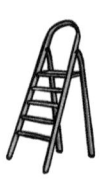

cái thang
はしご

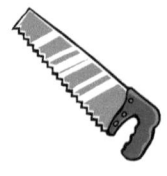

cưa
のこぎり

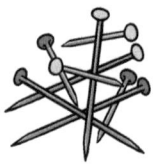

đinh
釘

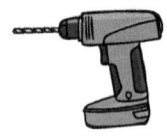

máy khoan
ドリル

sửa chữa

修理する

cái xẻng

シャベル

khốn nạn!

クソ！

cái hót rác

ちりとり

thùng sơn

ペンキ缶

vít

ネジ

nhạc cụ
楽器

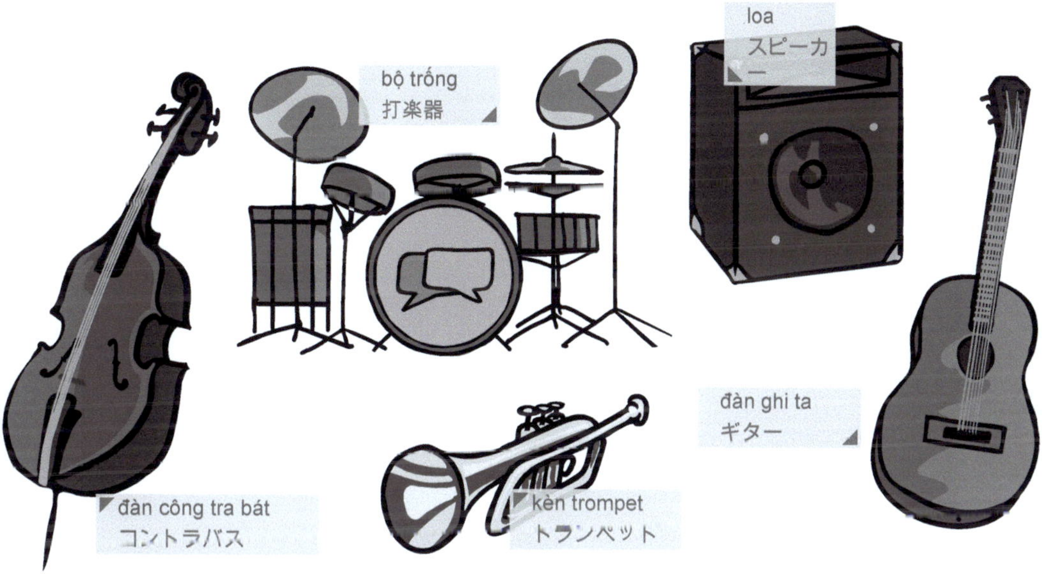

loa
スピーカー

bộ trống
打楽器

đàn ghi ta
ギター

đàn công tra bát
コントラバス

kèn trompet
トランペット

đàn piano

ピアノ

đàn vĩ cầm

バイオリン

ghi ta bass

バス

trống định âm

ティンパニ

trống

ドラム

đàn organ

キーボード

kèn Saxophone

サックス

sáo

フルート

micro

マイクロフォン

vườn bách thú
動物園

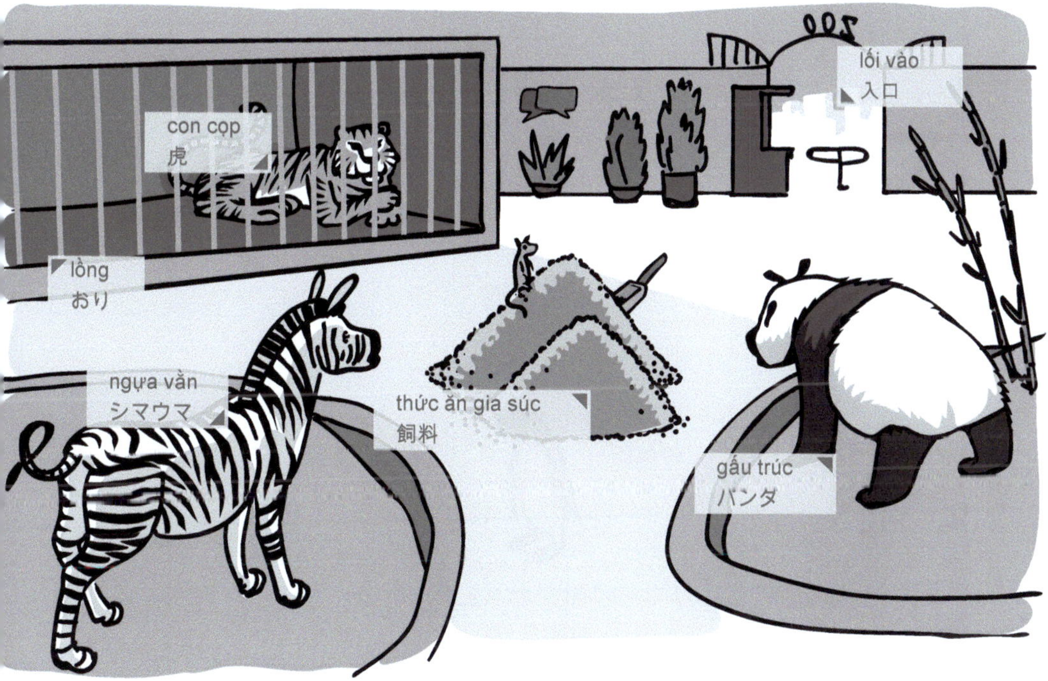

lối vào
入口
con cọp
虎
lồng
おり
ngựa vằn
シマウマ
thức ăn gia súc
飼料
gấu trúc
パンダ

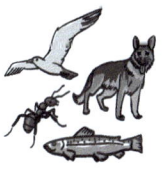

động vật

動物

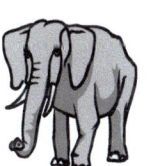

con voi

象

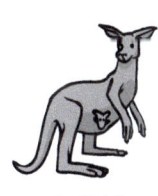

chuột túi

カンガルー

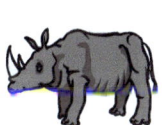

tê giác

サイ

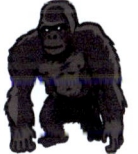

khỉ đột

ゴリラ

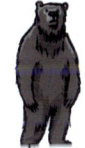

con gấu

熊

lạc đà
ラクダ

đà điểu
ダチョウ

sư tử
ライオン

con khỉ
猿

hồng hạc
フラミンゴ

con vẹt
オウム

gấu bắc cực
白クマ

chim cánh cụt
ペンギン

cá mập
サメ

con công
クジャク

con rắn
蛇

cá sấu
ワニ

người trông giữ vườn bách
thú
飼育係

hải cẩu
アザラシ

báo đốm
ジャガー

ngựa lùn

ポニー

con báo

ヒョウ

hà mã

カバ

hươu cao cổ

キリン

đại bàng

鷲

heo rừng

雄豚

cá

魚

con rùa

亀

hải mã

セイウチ

con cáo

狐

linh dương

ガゼル

bóng bầu dục Mỹ
アメフト

đua xe đạp
サイクリング

quần vợt
テニス

bóng rổ
バスケット
ボール

bơi
水泳

khúc côn cầu trên băng
アイスホッケー

đấm bốc
ボクシン
グ

bóng đá
サッカー

cầu lông
バドミントン

điền kinh
陸上競技

bóng ném
ハンドボール

trượt tuyết
スキー

polo
ポロ

nhảy
跳ぶ

ôm
抱きしめる

cười
笑う

đi bộ
歩く

ca hát
歌う

cầu nguyện
祈る

hôn
キス

mơ
夢見る

viết
書く

vẽ
描く

chỉ trỏ
示す

đẩy
押す

cho
与える

lấy đi
取る

có

持っている

làm

する

thì / là

ある

đứng

立つ

chạy

走る

kéo

引く

ném

投げる

rơi

落ちる

nằm

横たわっている

chờ đợi

待つ

mang vác

運ぶ

ngồi

座る

mặc quần áo

着る

ngủ

眠る

thức dậy

目が覚める

xem

見る

khóc

泣く

vuốt ve

なでる

chải

櫛ですく

nói chuyện

話す

hiểu

理解する

câu hỏi

質問する

nghe

聞く

uống

飲む

ăn

食べる

dọn dẹp

片づける

yêu

愛する

nấu nướng

料理する

lái xe

運転する

bay

飛ぶ

các hoạt động － 活動

đi thuyền buồm

ヨットに乗る

tính toán

計算する

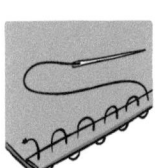

đọc

読む

học

学ぶ

làm việc

働く

cưới

結婚する

khâu vá

縫う

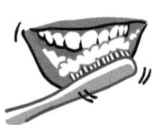

đánh răng

歯を磨く

giết

殺す

hút thuốc

喫煙する

gửi đi

送る

gia đình
家族

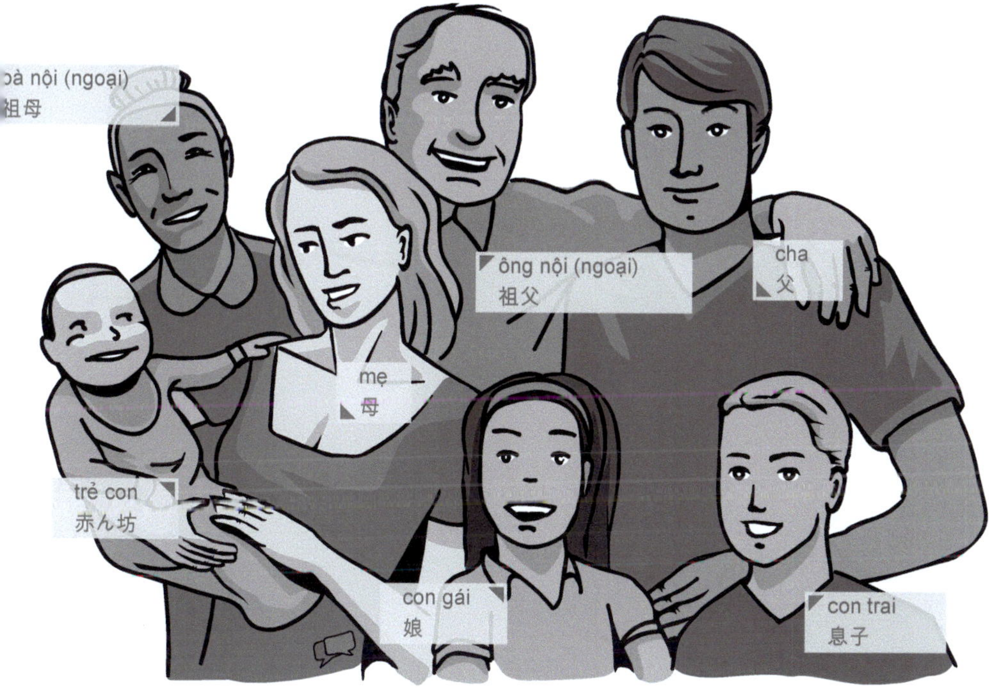

à nội (ngoại)
祖母
ông nội (ngoại)
祖父
cha
父
mẹ
母
trẻ con
赤ん坊
con gái
娘
con trai
息子

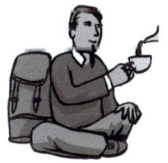

khách
お客様

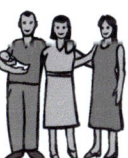

cô (dì)
おば

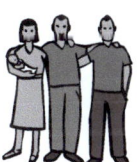

chú, bác (cậu)
おじ

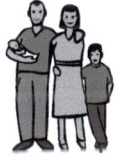

anh (em) trai
兄弟

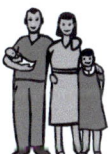

chị (em) gái
姉妹

cơ thể

体

trán
ひたい
mắt
目
vai
肩
ngón tay
指
mặt
顔
cằm
あご
bàn tay
手
chân
脚
ngực
胸
cánh tay
腕

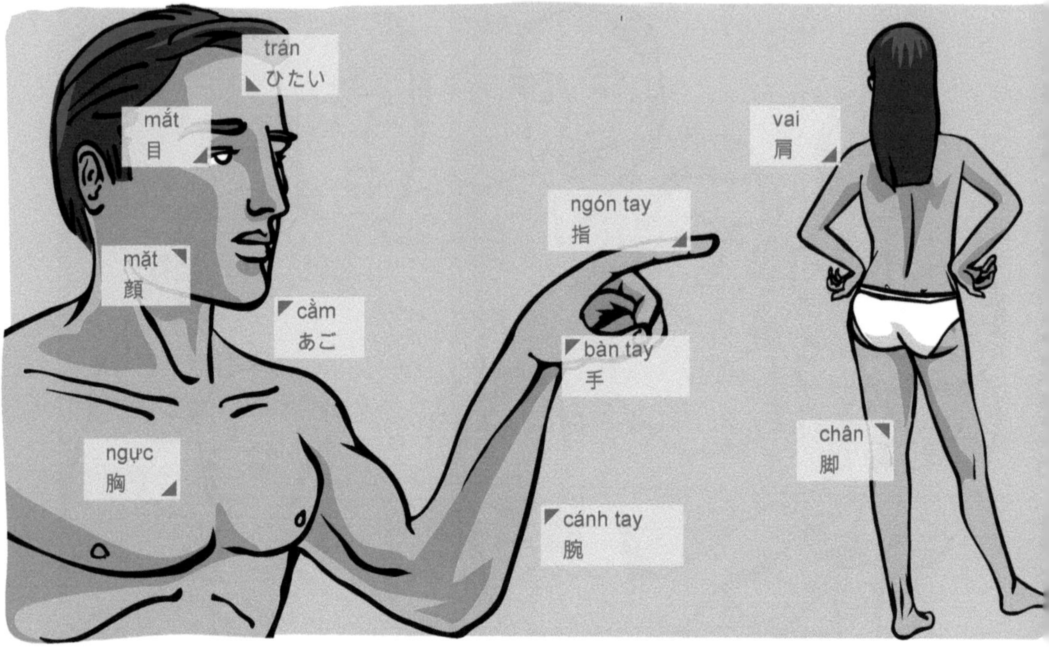

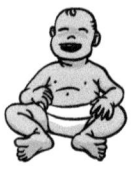

trẻ con

赤ん坊

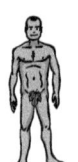

đàn ông

男性

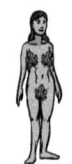

phụ nữ

女性

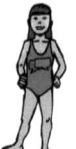

bé gái

少女

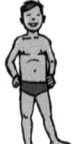

bé trai

少年

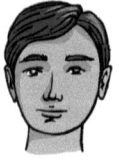

đầu

頭

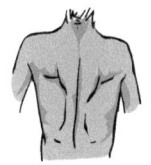

lưng

背中

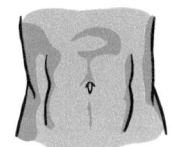

bụng

腹

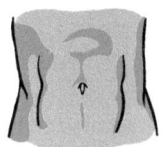

rốn

へそ

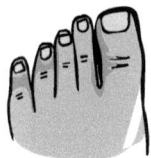

ngón chân

足指

gót chân

かかと

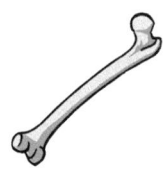

xương

骨

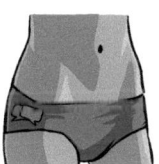

hông

腰

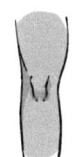

đầu gối

ひざ

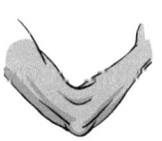

khuỷu tay

ひじ

mũi

鼻

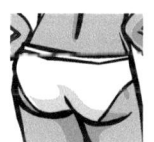

mông

尻

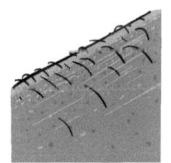

da

皮膚

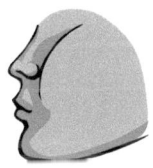

má

頬

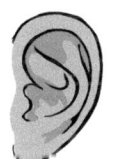

tai

耳

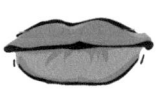

môi

唇

miệng

口

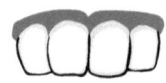

răng

歯

lưỡi

舌

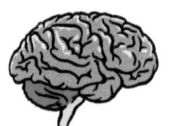

não

脳

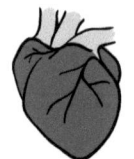

tim

心臓

cơ bắp

筋肉

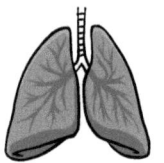

phổi

肺

gan

肝臓

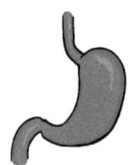

dạ dày

胃

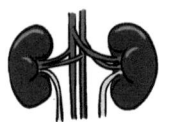

thận

腎臓

giao hợp

セックス

bao cao su

コンドーム

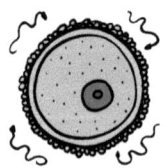

noãn

卵細胞

tinh dịch

精液

mang thai

妊娠

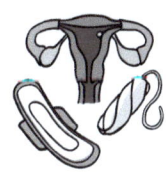

kinh nguyệt

月経

âm vật

膣

dương vật

ペニス

lông mày

眉

tóc

髪

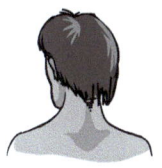

cổ

首

bệnh viện
病院

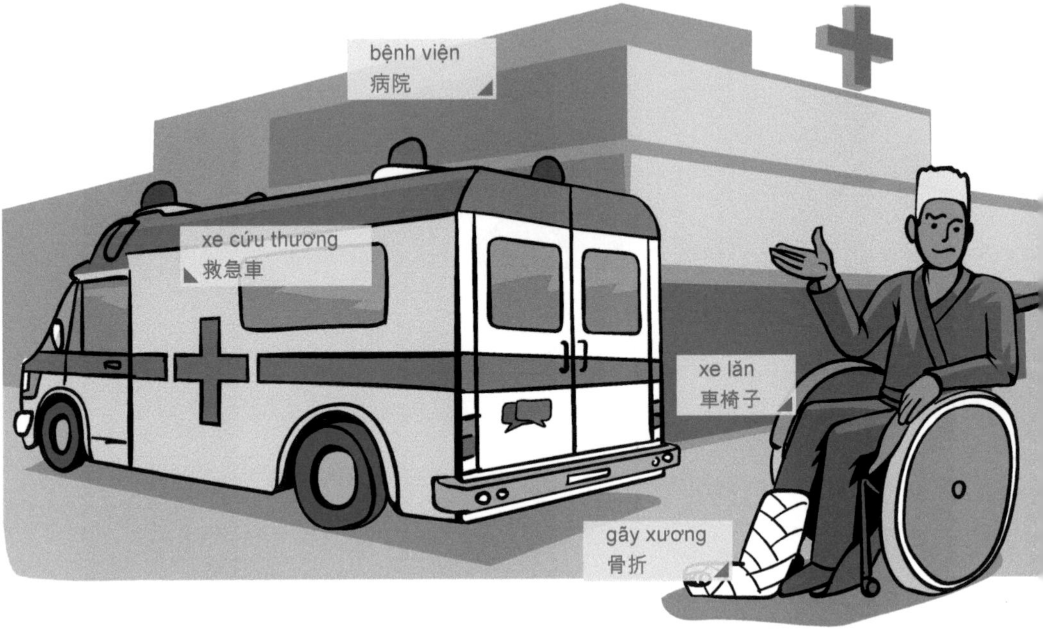

bệnh viện
病院
xe cứu thương
救急車
xe lăn
車椅子
gãy xương
骨折

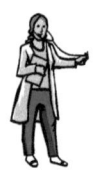

bác sĩ
医師

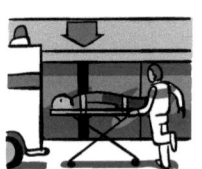

phòng cấp cứu
救急治療室

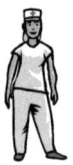

y tá
看護師

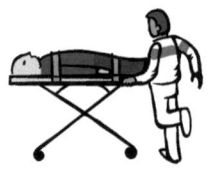

cấp cứu
救急

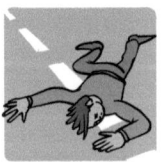

bất tỉnh
失神

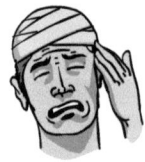

cơn đau
痛み

bị thương

けが

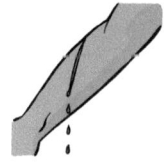

chảy máu

出血

nhồi máu cơ tim

心臓発作

đột quỵ

脳卒中

dị ứng

アレルギー

ho

咳

sốt

熱

cúm

インフルエンザ

tiêu chảy

下痢

đau đầu

頭痛

ung thư

癌

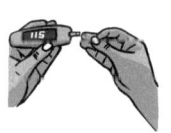

bệnh tiểu đường

糖尿病

bác sĩ phẫu thuật

外科医

dao mổ

外科用メス

giải phẫu

手術

chụp cắt lớp

CT

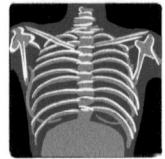

chụp x-quang

レントゲン

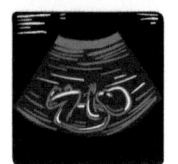

siêu âm

超音波

mặt nạ

マスク

bệnh

病気

phòng đợi

待合室

cái nạng

松葉づえ

băng dán vết thương

ばんそうこう

băng bó

包帯

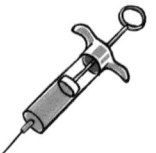

tiêm thuốc

注射

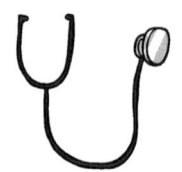

ống nghe khám bệnh

聴診器

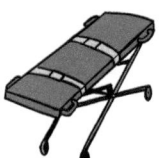

băng ca

担架

nhiệt kế

体温計

sinh đẻ

出産

thừa cân

肥満

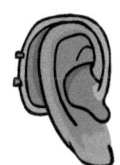

máy trợ thính

補聴器

chất khử trùng

消毒剤

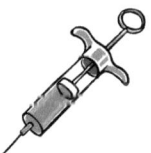

nhiễm trùng

感染

vi rút

ウイルス

HIV / AIDS

HIV / エイズ

thuốc

内服薬

tiêm chủng

予防接種

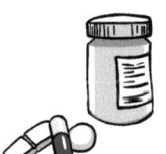

thuốc viên

錠剤

viên thuốc

ピル

gọi cấp cứu

緊急電話

máy đo huyết áp

血圧計

bệnh / khỏe mạnh

病気の / 健康な

cứu!

助けて！

báo động

アラーム

cuộc đột kích

暴行

sự tấn công

攻撃

mối nguy hiểm

危険

lối thoát hiểm

非常口

cháy!

火事だ！

bình chữa cháy

消火器

tai nạn

事故

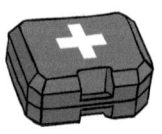

bộ dụng cụ sơ cứu

救急箱

SOS

SOS

cảnh sát

警察

châu Âu

ヨーロッパ

Bắc Mỹ

北米

Nam Mỹ

南米

châu Phi

アフリカ

châu Á

アジア

châu Úc

オーストラリア

Đại Tây Dương

大西洋

Thái Bình Dương

太平洋

Ấn Độ Dương

インド洋

Nam Cực Dương

南極海

Bắc Băng Dương

北極海

bắc cực

北極

nam cực

南極

nam cực

南極大陸

trái đất

地球

đất liền

陸

biển

海

đảo

島

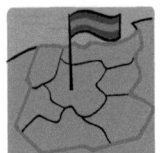

quốc gia

国家

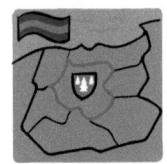

nhà nước

国家

mặt đồng hồ

文字盤

kim chỉ giờ

短針

kim chỉ phút

長針

kim chỉ giây

秒針

Bây giờ là mấy giờ?

何時ですか？

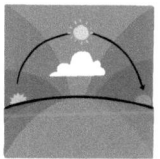

ngày

日

thời gian

時間

bây giờ

現仕

đồng hồ điện tử

デジタル時計

phút

分

giờ

時間

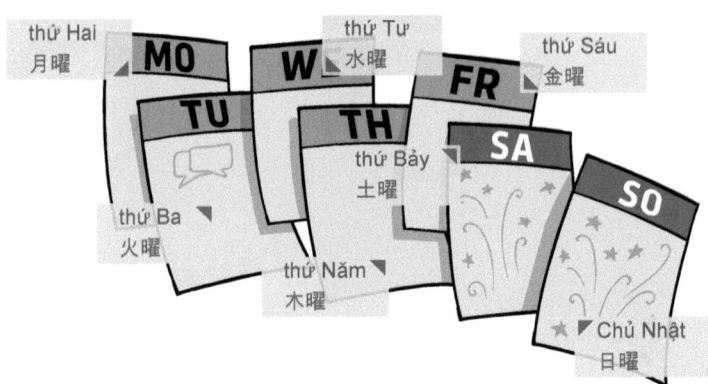

thứ Hai 月曜
thứ Tư 水曜
thứ Sáu 金曜
thứ Ba 火曜
thứ Bảy 土曜
thứ Năm 木曜
Chủ Nhật 日曜

hôm qua
....
昨日

hôm nay
....
今日

ngày mai
....
明日

buổi sáng
....
朝

buổi trưa
....
昼

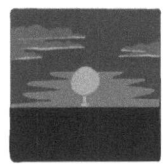

buổi tối
....
夜

ngày làm việc
....
営業日

cuối tuần
....
週末

năm

年

mưa
雨
cầu vồng
虹
gió
風
tuyết
雪
mùa xuân
春
mùa hè
夏
mùa thu
秋
mùa đông
冬

4.APRIL 11°
6.APRIL 13°
7.APRIL 8°
8.APRIL 10°

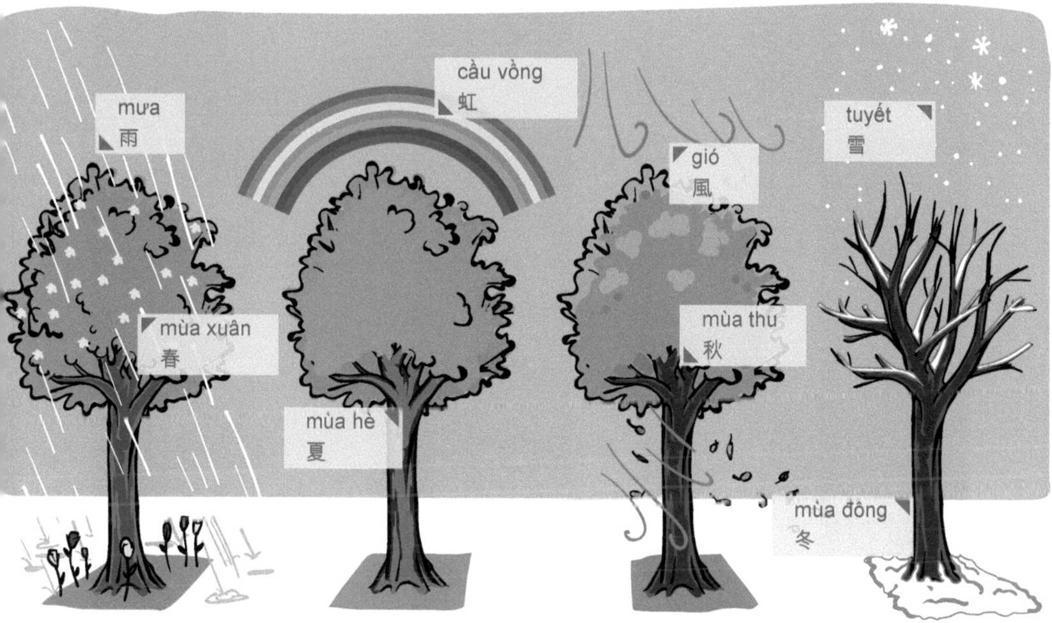

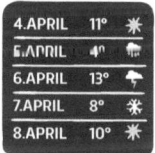

dự báo thời tiết

天気予報

F C
120 40
90 20
60 10
30 0
0 -10
-30 -20

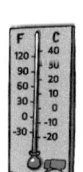

nhiệt kế

温度計

ánh nắng

日差し

mây

雲

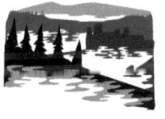

sương mù

霧

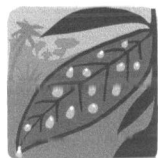

độ ẩm không khí

湿度

tia chớp

雷

sấm sét

雷

cơn bão

嵐

mưa đá

ひょう

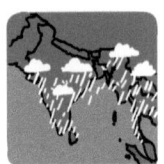

gió mùa

季節風

lũ lụt

洪水

nước đá

氷

tháng Một

1月

tháng Hai

2月

tháng Ba

3月

tháng Tư

4月

tháng Năm

5月

tháng Sáu

6月

tháng Bảy

7月

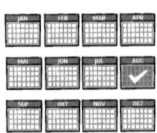

tháng Tám

8月

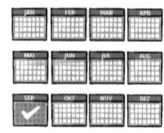

tháng Chín

9月

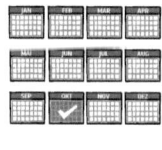

tháng Mười

10月

tháng Mười Một

11月

tháng Mười Hai

12月

hình dạng

形

hình tròn

円

hình vuông

正方形

hình chữ nhật

長方形

hình tam giác

三角

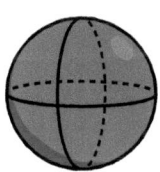

hình cầu

球

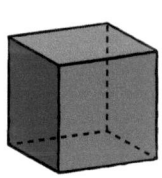

khối vuông

立方体

màu trắng

白

màu vàng

黄

màu cam

オレンジ

màu hồng

ピンク

màu đỏ

赤

màu tím

紫

màu xanh dương

青

màu xanh lá cây

緑

màu nâu

茶

màu xám

灰色

màu đen

黒

nhiều / ít

多い　/　少ない

tức tối / điềm tĩnh

怒っている /
落ち着いている

xinh đẹp / xấu xí

美しい　/　醜い

bắt đầu / kết thúc

初め　/　終わり

to / nhỏ

大きい　/　小さい

sáng / tối

明るい　/　暗い

anh (em) trai / chị (em) gái

兄弟　/　姉妹

sạch / bẩn

清潔な / 汚い

đủ / thiếu

完全な　/　不完全な

ngày / đêm

日中　/　夜

chết / sống

死んだ　/　生きている

rộng / chật hẹp

幅広い　/　狭い

ăn được / không ăn được

食べられる /
食べられない

ác / tử tế

悪意のある　/　親切な

hào hứng / chán nản

興奮している　/
退屈している

béo / gầy

太った　/　痩せた

đầu tiên / cuối cùng

最初に　/　最後に

bạn / thù

友人　/　敵

đầy / rỗng

いっぱいの　/　空の

cứng / mềm

硬い　/　柔らかい

nặng / nhẹ

重い　/　軽い

đói / khát

空腹　/　喉の渇き

bệnh / khỏe mạnh

病気の　/　健康な

bất hợp pháp / hợp pháp

違法な　/　合法な

thông minh / ngu

賢い　/　愚かな

trái / phải

左に　/　右に

gần / xa

近い　/　遠い

mới / cũ

新しい / 中古の

không có gì cả / có cái gì đó

何もない / 何かある

già / trẻ

老いた / 若い

bật / tắt

オン / オフ

mở / đóng

開いている /
閉まっている

im lặng / ồn ào

静かな / うるさい

giàu / nghèo

裕福な / 貧乏な

đúng / sai

正しい / 間違っている

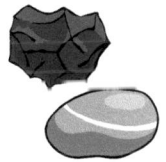

sần sùi / mịn màng

粗い / なめらか

buồn / vui

悲しい / 幸せな

ngắn / dài

短い / 長い

chậm / nhanh

ゆっくり / 速い

ẩm ướt / khô ráo

濡れた / 乾いた

ấm áp / mát mẻ

温かい / 冷たい

chiến tranh / hòa bình

戦争 / 平和

0

số không

ゼロ

1

một

1

2

hai

2

3

ba

3

4

bốn

4

5

năm

5

6

sáu

6

7

bảy

7

8

tám

8

9

chín

9

10

mười

10

11

mười một

11

12

mười hai

12

13

mười ba

13

14

mười bốn

14

15

mười lăm

15

16

mười sáu

16

17

mười bảy

17

18

mười tám

18

19

mười chín

19

20

hai mươi

20

100

một trăm

100

1.000

một ngàn

1000

1.000.000

một triệu

100万

các ngôn ngữ
言語

tiếng Anh
....
英語

tiếng Anh Mỹ
....
アメリカ英語

tiếng Quan Thoại
....
中国標準語

tiếng Hin-di
....
ヒンディー語

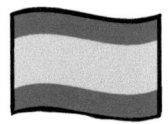

tiếng Tây Ban Nha
....
スペイン語

tiếng Pháp
....
フランス語

tiếng Ả-rập
....
アラビア語

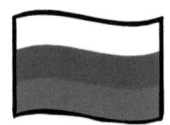

tiếng Nga
....
ロシア語

tiếng Bồ Đào Nha
....
ポルトガル語

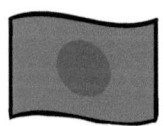

tiếng Bengal
....
ベンガル語

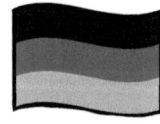

tiếng Đức
....
ドイツ語

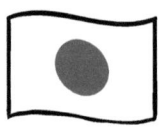

tiếng Nhật
....
日本語

tôi

私

bạn

あなた

anh ta / cô ta / nó

彼 ／ 彼女 ／ それ

chúng tôi

私たち

các bạn

あなたたち

họ

彼ら

ai?

誰？

cái gì?

何？

như thế nào?

どうやって？

ở đâu?

どこ？

lúc nào?

いつ？

tên

名前

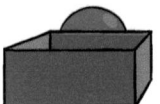

phía sau

後ろ

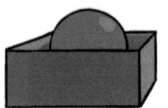

ở trong

中

phía trước

前

phía trên

上

ở trên

上

ở dưới

下

bên cạnh

横

ở giữa

間

chỗ

場所